சுல்தா... கல...

ரொக்கேயா பேகம்

தமிழில்: திவ்யா பிரபு

Sultana's Dream
Rokeya Begum
Translated by : Dhivya Prabhu
Young Adult Literature
First Published: December, 2022
BOOKS FOR CHILDREN
imprint of Bharathi Puthakalayam
7, Elango Salai, Teynampet, Chennai - 600 018
Email: bharathiputhakalayam@gmail.com | www.thamizhbooks.com

சுல்தானாவின் கனவு
ரொக்கேயா பேகம்

தமிழில்: திவ்யா பிரபு

முதல் பதிப்பு: டிசம்பர், 2022

வெளியீடு:

ஓங்கில் கூட்டம் இணைந்து புக்ஸ் ஃபார் சில்ரன் – பாரதி புத்தகாலயத்தின் ஓர் அங்கம்
7, இளாங்கோ சாலை, தேனாம்பேட்டை, சென்னை – 600 018
தொலைபேசி : 044 24332424, 24332924, 24356935
விற்பனை உரிமை

விற்பனை நிலையங்கள்
மதுரை: 37A, பெரியார் பேருந்து நிலையம் - 045 22324674
ஈரோடு: 39: 39 ஸ்டேட் பாங்க் சாலை - 9245448353
திண்டுக்கல்: பேருந்து நிலையம் - 9942331105, 9976053719
பழனி: பேருந்து நிலையம் அருகில் - 9442883696
திருப்பூர்: 447, அவினாசி சாலை - 9486105018
சேலம்: பாலம் 35, அத்வைத ஆஸ்ரமம் சாலை 0427 2335952
திருவல்லிக்கேணி: 48, தேரடி தெரு - 9444428358
வடபழனி: பேருந்து நிலையம் எதிரில் அடையார்
ஆனந்தபவன் மாடியில் - 9444476967
பெரம்பூர்: 52, கூக்ஸ் ரோடு - 9444373716
திருவாரூர்: 35, நேதாஜி சாலை - 9442540543
சேலம்: 15, வித்யாலயா சாலை சாலை
திருநெல்வேலி: 25A, ராஜேந்திரநகர் - 9442149981
அருப்புக்கோட்டை: 49A/4 மெயின் ரோடு, தெற்கு தெரு, -9994173551
மதுரை: சர்வோதயா மெயின்ரோடு
குன்னூர்: N.K.N வணிக வளாகம் பெட்போர்ட்
செங்கல்பட்டு: 1 D ஜி.எஸ்.டி சாலை - 044 27426964
விருதுநகர்: 131, கச்சேரி சாலை - 0456 2245300
கும்பகோணம்: 352, ரயில் நிலையம் எதிரில் - 9443995061
வேலூர்: பேஸ் III, சத்துவாச்சாரி - 9442553893
நெய்வேலி: பேருந்து நிலையம் அருகில், - 9443659147
தஞ்சாவூர்: காந்திஜி வணிக வளாகம் காந்திஜி சாலை - 9655542400
கோவை: 77, மசக்காளிபாளையம் ரோடு, பீளமேடு - 8903707294
திருச்சி: வெண்மணி இல்லம், கரூர் புறவழிச்சாலை - 9994289492
திருவண்ணாமலை: முத்தம்மாள் நகர்,
நாகர்கோவில்: 699 கே.பி.ரோடு R.V.புரம் - 9443450111
சிதம்பரம்: 11 / 28 வெள்ள திறந்தான் தெரு, - 9994399347
கரூர்: நாரத கானசபா அருகில் (TNGEA OFFICE)- 9442706676
காரைக்குடி: 12, 2 வது தெரு, கம்பன் மணிமண்டபம் பின்புறம் - 9443406150

ஓவியம்: சின்மயா தேவி

வடிவமைப்பு: ஆர். காளத்தி

நினைத்த நூல்கள்... நினைத்த நேரத்தில்...   9498062424

சமர்ப்பணம் :

இயற்கையின் படைப்பில் சரிபாதியான பெண்களுக்கு...

நன்றி :

எழுத்தாளர் கமலாலயன்
ஓவியர் சின்மயா தேவி
'பஞ்சு மிட்டாய்' பிரபு
எழுத்தாளர் நிவேதிதா லூயிஸ்

அணிந்துரை

நூற்றாண்டுக்கு முன் வாழ்ந்த ரொக்கேயா பேகத்தின் 'பெண்ணியக் கனவு' இந்த சுல்தானாவின் கனவு. இந்தியப் பெண் ஒருவர் எழுதிய முதல் அறிவியல் புனைவும்கூட. இந்தியன் லேடீஸ் மேகசின் இதழில் 1905ம் ஆண்டு வெளியான கதை இது. கதையில் பெண்களைப் பூட்டிவைக்கும் ஜெனானாவுக்கு எதிராக ஆண்களைப் பாதுகாக்கும் மர்தானா, நீரை வெளிமண்டலத்திலிருந்து நேரடியாக குழாய்கள் மூலம் உறிஞ்சி ராட்சத பலூன்களில் சேகரிக்கும் பெண்கள், வீட்டுக்குள் சமையலுக்குச் சூரிய ஒளி என அன்றைய பெண்களின் ரகசிய ஆசைகள், கற்பனைகளை உலகறியச் சொன்ன புனைவுக் கதை சுல்தானாவின் கனவு.

நூற்றாண்டுக்குப் பின்னர் தமிழாக்கம் காணும் மிக முக்கியமான படைப்பை ஓங்கில் கூட்டம் வெளியிட முன்வந்திருப்பது உண்மையில் பெரும் உவகையைத் தருகிறது. எழுத்தாளர் திவ்யா பிரபு குழந்தைகளுக்கும் புரியும் வண்ணம் மிக எளிய நடையில் ருசிபடச் சொல்லியிருக்கிறார். கதை சொல்லத் தொடங்கும் முன்னரே ரொக்கேயாவின் வாழ்க்கைக் குறிப்பை சுருங்கச் சொல்லிவிடுகிறார். ஜெனானாவுக்குள் சிறைபட்டுக்கிடந்த சராசரிப் பெண்ணான ரொக்கேயாவுக்குக் கிடைத்த கல்வி அவரை நூற்றாண்டு தாண்டியும் நம் முன் உயிர்ப்புடன் வைத்திருக்கிறது எனப் புரிந்துகொள்ள நூலின் முதல் பகுதி உதவுகிறது.

சுல்தானாவின் கனவைப் புரிந்துகொள்ள அன்றைய வங்கப் பகுதியையும் நாம் புரிந்துகொள்ளுதல் அவசியம். பெரும் நிலச்சுவான்தார்கள்கூட தங்கள் வீட்டுப் பெண்களை அடிமைப்படுத்தி வைத்திருந்தனர்; ஏழைப் பெண்களையோ கேட்கவே வேண்டியதில்லை எனலாம். இப்படியான சூழலில் பெண்களையே தலைமைப் பீடமாகக் கொண்ட அதிசய உலகம்

ஒன்றைப் பற்றி எழுத ரொக்கேயாவால் மட்டுமே முடிந்திருக்கிறது. ஆங்கில மூலத்தில் வசனங்களும் விவரணைகளும் சரிசமமாகக் கதையோட்டத்துடன் பயணிப்பது போலவே இந்த ஆக்கத்திலும் துல்லியமாக திவ்யா தந்துள்ளார். 'இது பெண்ணிய தேசம்... அறமே இங்கு ஆட்சி செய்கிறாள்', என சாரா விளக்கும் இடத்தில் அறம் நம் தோளில் அமர்ந்துகொண்டு அந்த மாய உலகத்துக்குள் நம்முடன் பயணிக்கிறாள்.

ரொக்கேயாவின் மூலப் பதிவில் ஆணாதிக்கத்துக்கு எதிரான கருத்து முன்வைக்கப்பட்டிருக்குமே அன்றி ஆண் வெறுப்பு மொழி தென்படாது. அதையே நூலாசிரியர் இதிலும் கவனமாகச் செய்திருக்கிறார். ஆண்களும் இதை வாசித்து, புரிந்துகொண்டு தங்களுக்குள் விவாதித்து மாற்றங்கள் காணவேண்டும் என்ற ஆவலில் ரொக்கேயா அவ்வாறு எழுதியுள்ளார். இந்நூலை வாசிக்கும் ஆண் குழந்தைகள் அதை கட்டாயம் உணர்வார்கள் என்பதை நூலின் மொழி நமக்கு உணர்த்துகிறது. பெண்களின் சமயோசித அறிவு அங்கங்கே நூலில் மிளிர்வதை உணர முடிகிறது. போரில் தோல்வியடைந்து விடுவோம் என்ற சூழலில் வீட்டுக்குள் முடங்கிக்கொள்ள ஒப்புக்கொள்ளும் ஆண்கள், 'தேவை ஏற்பட்டால் மீண்டும் அழைப்பதாகச்' சொல்லப்பட்டு வீடுகளுக்குத் திருப்பி அனுப்பப்படும் ஆண்கள் என ஆண்கள் பொதுவெளியில் இல்லாத வாழ்க்கைக்கு மாய உலகப் பெண்கள் தங்களைப் பழக்கிக்கொள்ளும் பகுதிகள் அருமையாகச் சொல்லப்பட்டுள்ளன.

நூலின் பெரிய பலம் அதன் ஓவியங்கள். அழகியல் உணர்வுடன் காட்சிகளைத் தத்ரூபமாக நம் கண்முன் கொண்டுவந்து நிறுத்துகின்றன. பூக்களும் நட்சத்திரங்களும் பெண்களும் கண்களையும் மனதையும் நிறைக்கின்றன. கருப்பு வெள்ளையில் இத்தனை பொருள் பொதிந்த ஓவியங்களைக் கொண்டுவந்திருப்பது சிறப்பு.

நூலின் பின் இணைப்பாகக் கொடுக்கப்பட்டுள்ள ரொக்கேயாவின் 'உண்மையான விடியல்' கட்டுரை சரியான இடத்தில் விழிப்புணர்வு புகட்ட வைக்கப்பட்டுள்ளது. சுல்தானாவின் கனவின் இறுதியில் விழிப்பாயிருக்கவேண்டும்

என்பதற்கான காரணங்களை விளக்கும் கட்டுரையைச் சேர்த்திருப்பது கூர்மை! மீம்ஸ் வடிவில் இறுதிப் பகுதி! புத்தகம் வாசிக்கும் சிறார் கவனத்தைக் கட்டாயம் ஈர்க்கும் என்பதில் ஐயமில்லை. ஒரு முழுமையான குறுநூலாகக் கிடைத்திருக்கும் பொக்கிஷம் இது. நூற்றாண்டுக்குப் பிறகு சுல்தானாவின் கனவைத் தமிழ்ச் சிறாரிடம் சேர்ப்பிக்கவிருக்கும் ஓங்கில் கூட்டத்துக்கும் திவ்யா பிரபுவுக்கும் வாழ்த்துகளும் அன்பும்.

- நிவேதிதா லூயிஸ்

ரொக்கேயா பேகம்
Rokeya Begum (1880-1932)
ஓர் அறிமுகம்

"கடந்த 22 ஆண்டுகளாக, இந்தியாவின் மிகவும் பாவப்பட்ட ஜீவன்களுக்காக நான் அழுதுகொண்டிருக்கிறேன். அந்த ஜீவன்கள் யாரென்று உங்களுக்குத் தெரிகிறதா? ஆம், இந்தியப் பெண்கள்தான். ஒரு நாய் அடிபட்டால் கூட அதற்காக வருத்தப்படும் அமைப்புகள் உள்ளன. ஆனால் நம்மைப் போல் வீட்டிற்குள்ளே அடைபட்டிருக்கும் பெண்களுக்காக ஒரு துளி கண்ணீர் சிந்தக் கூட எவருமில்லை."

(1926இல் கொல்கத்தாவில் நடைபெற்ற முதல் வங்காளப் பெண்கல்வி மாநாட்டில் ரொக்கேயா பேகம் பேசியது)

21ஆம் நூற்றாண்டில் விவசாயம் முதல் விண்வெளி வரை பெண்கள் காலூன்றி உள்ளனர். ஆனால் இந்த மாறுதல் அவ்வளவு எளிதாக நடந்துவிடவில்லை. பலரது உழைப்பும், சிந்தனையும், போராட்டமும் அதற்குக் காரணமாக அமைந்துள்ளன. பொதுமக்களின் பிற்போக்குத்தனமான கருத்துகளை எதிர்த்து மகாராஷ்டிரா பகுதியில் சாவித்திரிபாய் பூலே எப்படிப் பெண் கல்விக்காகத் தீவிரமாகப் போராடினாரோ அதேபோல் வங்காளத்தில் ரொக்கேயா பேகம் போராடினார்.

1880ஆம் ஆண்டு ரங்கபூர்(தற்போது இந்த ஊர் வங்காளதேசத்தில் உள்ளது) என்ற கிராமத்தில் இஸ்லாமிய ஜமீன் குடும்பத்தில் பிறந்தார். இளம் வயதுத் திருமணம், பெண்களை வீட்டிற்குள்ளேயே வைத்தல், கல்வி மறுப்பு எனப் பெண் அடிமைத்தனம் உச்சத்தில் இருந்த காலம் அது. பெண் பிள்ளைகளுக்குக் கல்வி அறிவு தேவை, ஆனால் அது அரபு

மற்றும் பெர்சிய மொழிகளில் மட்டுமே இருக்க வேண்டும் என்று ரொக்கேயாவின் தந்தை எண்ணினார். இருப்பினும் ரொக்கேயா மற்றும் அவரது தமக்கையின் அதீத ஆர்வத்தின் காரணமாகக் வீட்டிலேயே வங்காளம் கற்க ஏற்பாடு செய்தார் அவர்களது தந்தை. ஆனால் உறவினர்களின் கடும் எதிர்ப்பின் காரணமாக கல்வியைப் பாதியிலே நிறுத்திவிட்டு அவரது தமக்கைக்கு உடனே திருமணம் செய்து வைத்துவிட்டனர். ஆனால், ரொக்கேயா ரகசியமாகத் தனது சகோதரரின் துணையோடு வங்காளம் மற்றும் ஆங்கில மொழிகளைக் கற்றார்.

1898ஆம் ஆண்டு 18ஆவது வயதில் சகாவத் ஹூசைன் என்ற பாகல்பூர் நகரைச் சேர்ந்த நீதிபதிக்கு இரண்டாவதாக மணம் முடித்துக் கொடுக்கப்பட்டார் ரொக்கேயா. இங்கிலாந்தில் படித்தவரான சகாவத், கல்வி மீதான தனது மனைவியின் ஆர்வத்தைப் புரிந்துகொண்டார். ரொக்கேயா படிப்பைத் தொடரவும், ஆங்கிலம் மற்றும் வங்காளம் கற்கவும் உதவி புரிந்தார். மனைவியைப் பத்திரிக்கையில் எழுதவும் ஊக்குவித்தார். ரொக்கேயா தனது கணவருடன் சேர்ந்து பல ஊர்களுக்குப் பயணித்தார், பயணிக்கும் இடங்களிலெல்லாம் பெண்களின் நிலை குறித்துத் தீவிரமாகச் சிந்தித்தார். பின்னர் அதுவே அவரது படைப்புகளின் கருப்பொருளாக மாறியது.

1902ஆம் ஆண்டு பிபாசா என்ற வங்க மொழிச் சிறுகதையில் துவங்கியது ரொக்கேயாவின் எழுத்துப் பயணம். அதன்பிறகு 1903ஆம் ஆண்டு முதல் நபனூர் எனும் இதழில் எழுதத் துவங்கினார். சிறுகதைகள், கவிதைகள், கட்டுரைகள் என எழுதிக் குவித்தார். ஒரு முறை வெளியூர் சென்ற தனது கணவர் திரும்பி வருகையில் அவருக்குத் தந்த பரிசுதான் இந்த "சுல்தானாவின் கனவு" என்ற குறுநாவல். "Ladyland" என்ற கற்பனையான பெண்ணிய உலகத்தைப் பற்றிய இந்த "சுல்தானாவின் கனவு" தான் இந்தியாவில் தோன்றிய முதல் பெண்ணிய அறிவியல் புனைக்கதை(feminist utopia). ஆசியாவிலேயே இதுதான் முதல் படைப்பு என்ற கருத்தும் உள்ளது.

இந்தத் தம்பதிக்கு இரண்டு பெண் குழந்தைகள் பிறந்து அடுத்தடுத்து இறந்தன. மனம் தளராத ரொக்கேயா தன் எழுத்தில் கவனம் செலுத்தினார். துரதிருஷ்டவசமாக, 1909ஆம் ஆண்டு சகாவத் மரணம் அடைந்தார். ரொக்கேயா அப்போதும் துவண்டுவிடவில்லை. கணவரின் உயில் வழியாகத் தனக்குக் கிடைத்த பத்தாயிரம் ரூபாயைக் கொண்டு சகாவத் நினைவு இஸ்லாமியப் பெண்கள் பள்ளியைத் துவங்கினார். பல்வேறு நெருக்கடிகளால் அந்தப் பள்ளி 1911ஆம் ஆண்டு கொல்கொத்தாவுக்கு இடம் பெயர்ந்தது. பள்ளிக்கு இஸ்லாமிய மாணவிகளை ஈர்க்கப் புதிய உத்திகளைக் கையாண்டார். பர்தா முறை போன்ற கட்டுப்பாடுகளைக் கடைபிடித்துக் கொண்டே கல்வி கற்பிக்கப்படும் என்று வீடு வீடாகச் சென்று பிரச்சாரம் செய்தார். பள்ளிக்கு இஸ்லாமிய மாணவிகள் வந்து செல்ல குதிரை வண்டிகளை ஏற்பாடு செய்தார். வெறும் இரண்டு பெஞ்சுகள் மற்றும் எட்டு மாணவிகளுடன் துவங்கிய சகாவத் நினைவுப் பள்ளியில் இன்று நூற்றுக்கணக்கானவர்கள் கல்வி அறிவு பெறுகின்றனர்.

கல்வி தாண்டி பொருளாதாரத்தில் மிகவும் கீழ்நிலையில் இருந்த மக்களுக்காக அன்ஜூமன்-எ-கவதீன்-எ-இசுலாம் என்ற இஸ்லாமியப் பெண்களுக்கு உதவும் அமைப்பு ஒன்றையும் நிறுவினார். பொருளாதார உதவி, பாதுகாப்பு எனப் பல உதவிகளை ஆதரவற்ற பெண்களுக்கு வழங்கினார். குடிசைப் பகுதிகளில் வாழும் பெண்களுக்குக் கல்வி மற்றும் குழந்தை வளர்ப்பு குறித்து விழிப்புணர்வுப் பிரச்சாரம் செய்தார். ஆணையும் பெண்ணையும் கடவுள் சமமாகவே படைத்தார். ஆனால் ஏற்றத்தாழ்வை அவர்களுக்குள் மனிதனே உருவாக்கினான், "கடவுள் தருகிறார் ஆண் திருடுகிறான்" என்று கோபத்துடன் எழுதினார் ரொக்கேயா.

அமெரிக்க வரலாற்றாசிரியரான மிஸ். மாயோ, 1927ஆம் ஆண்டு மதர் இந்தியா என்ற புத்தகத்தில் இந்தியாவில் நடக்கும் இளம் வயதுத் திருமணம் குறித்தும் இந்தியப் பெண்களின் அவலநிலை குறித்தும் கடுமையாக விமர்சித்து எழுதி இருந்தார். "இந்தியாவைப் பற்றி எழுத நல்ல விசயங்கள் பல இருந்தாலும், தவறான விசயங்களை மட்டும் எழுதும் நோக்கிலே மாயோ இந்தப் புத்தகத்தை எழுதியுள்ளார்" என்று காந்தி உட்பட பல

இந்தியத் தலைவர்களும் மாயோவிற்கு எதிராகக் கடுமையான கண்டனங்களைத் தெரிவித்தனர். ஆனால் ரொக்கேயாவோ "ராணி பிகாரானி" (The Begger Queen) என்ற கட்டுரையில், மாயோவிற்கு ஆதரவாகத் தனது கருத்தைத் தைரியமாகப் பதிவு செய்திருந்தார். "கண் பார்வையில் குறை இருந்தால் நோயாளிக்கு மருத்துவர் கண்ணாடி கொடுப்பதுதானே சரியானது. ஆனால், நோயாளியின் வயிறு நன்றாகத்தானே இருக்கிறது. அதைப் பற்றி நல்லவிதமாகச் சொல்லுங்கள் என்று கேட்பது போல் இருக்கிறது தலைவர்களின் கருத்து" என்று நையாண்டியாக பதில் தந்திருப்பார் ரொக்கேயா. கூடவே இந்தியப் பெண்களின் நிலைமையைச் சுட்டிக்காட்டி மாயோவிற்குத் தனது ஆதரவை மிகவும் துணிச்சலுடன் சொல்லியிருப்பார்.

பெண்ணை அடிமைகளாக நினைத்து காலம் காலமாக வீட்டிலேயே சிறை வைத்ததன் விளைவுதான் இந்தியா அந்நிய தேசத்திடம் அடிமையானது. ஆகையால், இந்தியாவின் சுதந்திரம் என்பது பெண்களின் சுதந்திரத்தை உள்ளடக்கியதாக இருக்க வேண்டும் என்றும் உரக்கச் சொன்னவர் ரொக்கேயா. மேலும் கல்வியே பெண்ணின் விடுதலைக்கான மந்திரம் என்று உறுதியாக நம்பினார். நம்பியது மட்டுமல்லாமல் தனது வாழ்நாள் முழுவதுமே பெண் கல்விக்காக வாழ்ந்தார் என்றே சொல்ல வேண்டும். 1932ஆம் ஆண்டு டிசம்பர் 10ஆம் தேதி ரொக்கேயா மறைந்தார். NARIR ODHIKAR (பெண்களின் உரிமை) என்ற கட்டுரை எழுதி முடிக்காத நிலையில் அவரது மேசையில் இருந்தது.

ஆண்-பெண் சமத்துவம், கல்வியே பெண் விடுதலைக்கான ஒரே கருவி, வேலைக்குச் செல்வது மட்டுமே கல்வியின் நோக்கமல்ல, ஒரு குழந்தை நன்முறையில் வளர தாய் அவசியம் கல்வி பெற்றிருக்க வேண்டும். யாருடைய தயவும் இல்லாமல் ஒரு பெண் சுதந்திரமாக வாழ வேண்டும்; அதற்கு முதலில் பெண்கள் பொருளாதார ரீதியாக விடுதலை பெற வேண்டும், மன ரீதியாக அடிமைத்தனத்திலிருந்து விடுபட வேண்டும் போன்ற தீவிரமான கருத்துகளை நூறு ஆண்டுகளுக்கு முன்பே பேசியுள்ளார்.

ரொக்கேயாவின் மறைந்த தினமான டிசம்பர் 10ஆம் தேதியை வங்காள தேசம் ரொக்கேயா தினமாக நினைவு கூர்ந்து வருகிறது. அவரது பேரில் பதக்கம் ஒன்றை சாதனைப் பெண்களுக்கு வழங்கி வருகிறது. ரொக்கேயாவின் பெயரில் ஒரு பல்கலைக்கழகமும் தற்போது இயங்கி வருகிறது. அடிப்படைக் கல்வி கூடப் பெறாதவர் என்ற இடத்திலிருந்து எழுத்தாளராக, கல்வியாளராக, ஏழைப் பெண்களுக்காகக் குரல் கொடுக்கும் சமூகசேவகராக, அரசியல் விமர்சகராக ரொக்கேயா பேகம் தன் வாழ்வை நிறைவு செய்தார்.

சுல்தானாவின் கனவு

அது ஒரு மாலைப்பொழுது. நான் எனது படுக்கையறையில் இருந்த சாய்வு நாற்காலியில் சாய்ந்திருந்தேன். கண்களை மூடியபடி, இந்தியப் பெண்ணிய நிலை குறித்துச் சிந்தித்துக்கொண்டிருந்தேன். நான் அப்போது உறங்கினேனா இல்லையா என்பது எனக்கு நினைவில்லை. வைரங்களைப் போன்ற ஆயிரக்கணக்கான நட்சத்திரங்களுடன் நிலவொளியில் மின்னிய வானத்தை நான் மிகவும் தெளிவாகப் பார்த்தேன்.

திடீரென்று என் முன்னே ஒரு பெண் நின்றிருந்தாள். அவள் எப்படி உள்ளே வந்தாள் என்பது எனக்குத் தெரியவில்லை. நான் அவளை எனது நெருங்கிய தோழி 'சகோதரி சாரா' என்றே நினைத்தேன்.

"காலை வணக்கம்" என்றார் சகோதரி சாரா. அது காலை நேரம் அல்ல; நட்சத்திரங்கள் நிறைந்த ஓர் இரவு. அதனால் நான் உள்ளுக்குள் சிரித்துக் கொண்டேன். இருப்பினும், "நீங்கள் எப்படி இருக்கிறீர்கள்?" என்று அவரிடம் பதிலுக்குக் கேட்டேன்.

"நன்றி, நான் நன்றாக இருக்கிறேன். எங்கள் தோட்டத்தைப் பார்க்க உங்களால் வர முடியுமா?" என்று அவர் கேட்டார்.

நான் மீண்டும் திறந்திருந்த ஜன்னல் வழியாக நிலவைப் பார்த்தேன். அந்த நேரத்தில் வெளியே செல்வதில் ஆபத்து எதுவும் இல்லை என்று தோன்றியது. அப்போது வெளியிலிருந்த ஆண் பணியாளர்கள் அனைவரும் ஆழ்ந்த உறக்கத்தில் இருந்தனர். அதனால் நான் சகோதரி சாராவுடன் சற்றுக் காலாற நடந்துவிட்டு வரமுடியும்.

நான் டார்ஜிலிங்கில் இருந்தபோது, சகோதரி சாராவுடன் தினமும் நடப்பது வழக்கம். பல சமயம் அங்கிருந்த தாவரவியல் பூங்காவில் கைகோர்த்துக்கொண்டு மனம்விட்டுப் பேசுவோம். சகோதரி சாரா என்னை அத்தகைய தோட்டத்திற்கு அழைத்துச் செல்ல வந்திருக்கலாம் என்று நினைத்தேன். அதனால் அவர் அழைத்ததும் உடனே அதை ஏற்றுக்கொண்டு அவருடன் வெளியே சென்றேன்.

ஆனால் வெளியே சென்ற பிறகுதான் தெரிந்தது, அது ஒரு காலை வேளை என்று. அது எனக்கு மிகவும் ஆச்சரியமாக இருந்தது. நகரம் முழுவதும் விழித்திருந்தது. தெருக்கள் அனைத்தும் சலசலப்பான கூட்டத்துடன் உயிர்ப்புடன் இருந்தன. நான் பட்டப்பகலில் தெருவில் நடந்து கொண்டிருந்ததை நினைத்து எனக்கு மிகவும் கூச்சமாக இருந்தது. ஆனால், தெருவில் ஓர் ஆண் கூடத் தென்படவில்லை.

வழிப்போக்கர்கள் சிலர் என்னைக் கேலி செய்தார்கள். அவர்களுடைய மொழியை என்னால் புரிந்துகொள்ள முடியாவிட்டாலும், அவர்கள் என்னைக் கேலி செய்கின்றனர் என்பது மட்டும் எனக்கு நன்றாகப் புரிந்தது. அவர்கள் என்ன சொல்கிறார்கள் என்று நான் எனது தோழியிடம் கேட்டேன்.

"நீங்கள் ஓர் ஆணைப்போல் இருப்பதாக அந்தப் பெண்கள் கூறுகிறார்கள்" என்றார் சாரா.

"ஆணைப்போலவா? அவர்கள் என்ன சொல்ல வருகிறார்கள்?" என்றேன்.

"அதாவது நீங்கள் ஆண்களைப்போல் கூச்ச சுபாவமும், வெட்கமும் கொண்டவராக இருக்கிறீர்கள் என்று அர்த்தம்" என்றார் சாரா.

"ஆண்களைப் போல் கூச்ச சுபாவமா?" அவர் சொன்னது எனக்கு மிகவும் வேடிக்கையாக இருந்தது. பின்பு கவனித்தபோதுதான் தெரிந்தது என்னுடன் இருந்தது சகோதரி சாரா இல்லை; ஓர் அந்நியர் என்று! நான் மிகவும் பதற்றமடைந்தேன். ஓ! நான் எவ்வளவு பெரிய முட்டாள். இந்தப் பெண்ணை எனது பழைய உயிர்த்தோழி 'சகோதரி சாரா' என்றல்லவா தவறாக நினைத்துவிட்டேன்.

நாங்கள் கைகோர்த்து நடந்து கொண்டிருந்தபோது, எனது கைகள் நடுங்குவதை அவர் உணர்ந்திருக்க வேண்டும்.

"என்ன விசயம்?" என்று அவர் அன்புடன் கேட்டார். நான் சற்று தயங்கிய குரலில், "ஒரு பர்தா அணியும் பெண்ணாக முகத்திரை இல்லாமல் வெளியே சென்று எனக்குப் பழக்கமில்லை. நான் கொஞ்சம் சங்கடமாக உணர்கிறேன்" என்றேன்.

"இங்கே ஆண்களைக் கண்டு நீங்கள் பயப்படத் தேவையில்லை. இது பெண்ணிய தேசம். பாவமும் தீங்கும் இல்லாதது. அறமே இங்கு ஆட்சி செய்கிறாள்" என்றார்.

நான் இடையிடையே இயற்கைக் காட்சிகளைக் கண்டு ரசித்துக்கொண்டிருந்தேன். உண்மையிலேயே அந்த இடம் மிகவும் பிரம்மாண்டமாக இருந்தது. அங்கிருந்த பச்சைப் புல் வரிசையை நான் ஒரு பட்டுவிரிப்பு என்று தவறாக நினைத்துக்கொண்டேன். ஒரு மென்மையான கம்பளத்தின் மீது நடப்பதாக நினைத்து கீழே பார்த்தபோது அந்தப் பாதை பாசி மற்றும் பூக்களால் மூடப்பட்டிருந்தது.

"எவ்வளவு அற்புதமாக இருக்கிறது!" என்றேன்.

"உங்களுக்கு இந்த இடம் பிடித்திருக்கிறதா?" என்று கேட்டார் சகோதரி சாரா (நான் அவரை சகோதரி சாரா என்றே தொடர்ந்து அழைத்தேன். அவரும் என்னை என் பெயரைச் சொல்லியே அழைத்தார்.)

"ஆம், மிகவும் பிடித்திருக்கிறது. ஆனால் இந்த மென்மையான இனிய மலர்களை மிதிக்க எனக்கு மனம் வரவில்லை"

"கவலைப்படாதீர்கள் சுல்தானா. அவை தெருக்களில் மலரும் பூக்கள்தாம். நீங்கள் மிதிப்பதால் அவற்றுக்கு ஒன்றும் ஆகிவிடாது."

"இந்த இடமே ஒரு தோட்டத்தைப்போல உள்ளது. நீங்கள் ஒவ்வொரு செடியையும் மிகவும் திறமையாக அமைத்திருக்கிறீர்கள்" என்று நான் பாராட்டினேன்.

"உங்கள் நாட்டு மக்கள் விரும்பினால் கல்கத்தாவை இதை விடவும் சிறந்த ஓர் அழகான தோட்டமாக மாற்றலாம்" என்றார் சாரா.

"ஆண்களுக்கு மற்ற வேலைகள் அதிகமிருப்பதால் தோட்டக்கலையில் கவனம் செலுத்துவதைப் பயனற்ற வேலை என்று நினைக்கிறார்கள் போலும்" என்று நான் சொன்னேன்.

"அவர்களால் வேறு ஒரு சிறந்த காரணத்தைக் கண்டுபிடிக்க முடியவில்லை" என்று சிரித்துக்கொண்டே பதிலளித்தார் சாரா.

ஆண்கள் எங்கே இருக்கிறார்கள் என்று தெரிந்துகொள்ள எனக்கு மிகவும் ஆர்வமாக இருந்தது. நான் அந்த இடத்துக்குப் போனதிலிருந்து நூற்றுக்கும் மேற்பட்ட பெண்களைச் சந்தித்துவிட்டேன், ஆனால் அதில் ஓர் ஆண் கூடத் தென்படவில்லை.

"ஆண்கள் அனைவரும் எங்கே என்று நான் அவரிடம் கேட்டேன். அவர்கள் அனைவரும் எங்கே இருக்க வேண்டுமோ அங்கே இருக்கிறார்கள்" என்றார்.

"அவர்கள் இருக்க வேண்டிய இடம் என்றால்? அது எந்த இடம் என்று எனக்குச் சொல்வீர்களா?" என்று நான் மீண்டும் கேட்டேன்.

"ஓ! அதைப் பற்றி முதலிலேயே சொல்லத் தவறிவிட்டேன். அது என் தவறுதான். நீங்கள் இதற்கு முன் இங்கே வந்ததில்லை அல்லவா? அதனால் எங்கள் பழக்கவழக்கங்களை நீங்கள் அறிந்திருக்கவில்லை. நாங்கள் எங்கள் ஆண்களை வீட்டிற்குள்ளேயே அடைத்து வைப்போம்."

"நாங்கள் ஜெனானாவுக்குள் இருப்பதைப் போலவா?" (ஜெனானா-பெண்களுக்காக ஒதுக்கப்படும் வீட்டின் ஒரு பகுதி)

"ஆம்! அப்படியேதான்."

"அன்புள்ள சுல்தானா, தீங்கு விளைவிக்காத பெண்களை உள்ளே அடைத்துவிட்டு, ஆண்களை சுதந்திரமாக விடுவது எவ்வளவு பெரிய அநியாயம்?"

"ஏன்? நாம் இயல்பாகவே பலவீனமாக இருப்பதால் ஜெனானாவைவிட்டு வெளியே வருவது நமக்குப் பாதுகாப்பானது இல்லைதானே" என்றேன்.

"ஆம், தெருக்களில் ஆண்கள் இருக்கும் வரை அது நமக்குப் பாதுகாப்பானது இல்லை. ஒரு கொடிய அரக்கன் ஊருக்குள் வந்தால் எப்படியோ அப்படியேதான்!"

"இல்லை, அப்படி இல்லை"

"சரி, சில பைத்தியக்காரர்கள் தங்களது காப்பகங்களை விட்டுத் தப்பித்து வெளியே வந்து விட்டார்கள். மற்ற மனிதர்களுக்கும், பிற உயிரினங்களுக்கும் தீமை செய்யத் தொடங்குகிறார்கள் என வைத்துக்கொள்வோம், அப்போது உங்கள் நாட்டு மக்கள் என்ன செய்வார்கள்?"

"அந்தப் பைத்தியக்காரர்களைப் பிடித்து மீண்டும் அவர்களுடைய காப்பகங்களிலேயே சேர்க்க முயற்சிப்பார்கள்."

"சரியாகச் சொன்னீர்கள், அப்படியானால் புத்தி உள்ளவர்களைக் காப்பகங்களில் அடைப்பதும், பைத்தியக்காரர்களைச் சுதந்திரமாக விடுவதும் புத்திசாலித்தனம் இல்லை என்று நீங்கள் நினைக்கிறீர்கள் அல்லவா?"

"ஆம், நிச்சயமாக இல்லை" என்றேன்.

"உண்மையில், உங்கள் நாட்டில் இதுவே நடக்கிறது. தவறு செய்யும் ஆண்களை, தவறு செய்யும் ஆற்றல் உடைய ஆண்களைச் சுதந்திரமாக விட்டுவிட்டு, அப்பாவிப் பெண்கள் ஜெனானாவில் அடைக்கப்பட்டுள்ளனர். கதவைத் தாண்டி வரும் அப்படிப்பட்ட பக்குவமற்ற ஆண்களை நீங்கள் எப்படி நம்புகிறீர்கள்?" என்றார்

"சமூக விவகாரங்களை நிர்வகிப்பதில், பெண்களாகிய எங்களின் கைகளும் குரல்களும் உயர்த்தப்படுவதே இல்லை. இந்தியாவில் ஆண்தான் தலைவனாகவும், எஜமானனாகவும் இருக்கிறான். அவன் அனைத்து அதிகாரங்களையும், சலுகைகளையும் தானே எடுத்துக்கொண்டு பெண்களை ஜெனானாவில் அடைத்துவிட்டான்" என்றேன்.

"நீங்களே உங்களை ஜெனானாவுக்குள் அடைப்பதற்கு ஏன் சம்மதிக்கிறீர்கள்?"

"ஆண்கள் பெண்களை விடவும் வலிமையானவர்கள். ஆகவே எங்களால் அதைத் தவிர்க்க முடியவில்லை."

"சிங்கம் மனிதனை விட வலிமையானது என்றாலும் அது மனித இனத்தின் மீது ஆதிக்கம் செலுத்த முடியாதுதானே? நீங்கள் உங்களுக்கு விதிக்கப்பட்ட கடமைகளைப் புறக்கணித்துவிட்டீர்கள். உங்கள் சொந்த விருப்பங்களின் பேரிலே கண்களைக் கட்டிக்கொண்டு உங்கள் உரிமைகளை நீங்களே இழந்துவிட்டீர்கள்."

"ஆனால், என் அன்புச் சகோதரி சாரா, அனைத்து வேலைகளையும் நாமே செய்தால் பின் ஆண்கள் என்ன செய்வார்கள்?"

"அவர்கள் எதுவும் செய்யக்கூடாது; மன்னியுங்கள்; அவர்கள் எதற்கும் தகுதியானவர்கள் அல்லர். அவர்களைப் பிடித்து ஜெனானாவில் அடைத்தால் மட்டும் போதும்!"

"ஆனால், அவர்களைப் பிடித்து நான்கு சுவர்களுக்குள் அடைப்பது அவ்வளவு சுலபமான காரியமா? அப்படியே இவையனைத்தும் நடந்தாலும், அவர்களின் அனைத்துத் தொழில்களும், அரசியல் மற்றும் வணிகம் உட்பட அனைத்துமே அவர்களுடன் ஜெனானாவிற்குள் அடைந்துவிடுமல்லவா?" என்றேன்.

சகோதரி சாரா பதில் ஏதும் சொல்லாமல் சிரித்தார். கிணற்றுத் தவளையை விடவும் மோசமான நிலையில் இருக்கும் ஒருவரிடம் விவாதிப்பதில் பயனில்லை என அவர் நினைத்திருக்கக்கூடும்.

அதற்குள்ளாக, நாங்கள் சகோதரி சாராவின் வீட்டை அடைந்தோம். அது இதய வடிவத்தில் அமைந்திருந்த ஓர் அழகான தோட்டத்தின் நடுவே இருந்தது. இரும்புக் கூரை வேய்ந்த ஒரு மாளிகை அது. எங்கள் நாட்டின் செல்வச் செழிப்பு மிக்க கட்டிடங்களைக் காட்டிலும் மிகக் குளிர்ச்சியாகவும், அழகு நிறைந்ததாகவும் இருந்தது. அது எவ்வளவு நேர்த்தியாகவும், ரசனையுடனும் அலங்கரிக்கப்பட்டிருந்தது என்பதை என்னால் விவரிக்க முடியவில்லை.

நாங்கள் அருகருகே அமர்ந்தோம். அவர் வீட்டிற்குள்ளிருந்து ஒரு பூத்தையல் வேலைப்பாட்டை (embroidery) எடுத்துவந்து அதிலொரு புதிய வடிவமைப்பைப் போடத் தொடங்கினார்.

"உங்களுக்குப் பின்னலும், ஊசி வேலைப்பாடும் தெரியுமா?" என்றார்.

"தெரியும். ஜெனானாவில் செய்வதற்கு வேறெதுவும் எங்களுக்கு இல்லை" என்றேன்.

"ஆனால், நாங்கள் பூத்தையல் வேலைகளுக்கு ஜெனானா உறுப்பினர்களை நம்புவதில்லை. ஓர் ஆணிற்கு ஊசியின் காதில் நூலை நுழைப்பதற்குக் கூடப் பொறுமை இருப்பதில்லை" என்று அவர் சிரித்துக் கொண்டே கூறினார்.

"இந்தப் பூ வேலைப்பாடுகள் அனைத்தையும் நீங்களே செய்தீர்களா?" என்று பல விதமான பூத்தையல் வேலைப்பாடுகள் செய்யப்பட்ட துணிகளைச் சுட்டிக்காட்டி நான் அவரிடம் கேட்டேன்.

"ஆம்!"

"இவற்றை எல்லாம் செய்ய உங்களுக்கு எப்படி நேரம் கிடைக்கிறது? நீங்கள் அலுவலகப் பணிகளையும் செய்து முடிக்க வேண்டுமல்லவா?"

"ஆம், ஆனால் நான் நாள் முழுவதும் அலுவலகத்திலேயே உட்கார்ந்து இருப்பதில்லையே? இரண்டு மணி நேரத்திலேயே என் வேலைகளை முடித்துவிடுவேன்."

"இரண்டு மணி நேரத்திலா? அது எப்படி உங்களால் முடிகிறது? உதாரணத்திற்கு, எங்கள் நாட்டில் அதிகாரிகளும், நீதிபதிகளும் தினமும் ஏழு மணி நேரம் வேலை செய்கிறார்களே?"

"அப்படி வேலை செய்பவர்களில் சிலரை நானும் பார்த்திருக்கிறேன். அவர்கள் ஏழு மணி நேரமும் வேலை செய்வார்கள் என்றா நினைக்கிறீர்கள்?"

"ஆம், நிச்சயமாக அவர்கள் செய்வார்கள்"

"இல்லை சுல்தானா, அவர்கள் செய்வதில்லை. அவர்கள் புகைபிடிப்பதிலே நேரத்தை வீணடிக்கிறார்கள். சிலர் அலுவலக நேரத்தில் இரண்டு அல்லது மூன்று சிகரெட்டுகள் வரையிலும் கூடப் புகைப்பார்கள். அவர்கள் தங்களின் அலுவலக வேலைகளைப் பற்றி நிறையப் பேசுவார்கள்; ஆனால் குறைவாகவே வேலை செய்வார்கள். ஒரு சிகரெட்டைப்

புகைத்து முடிக்க அரைமணி நேரமாகும் என்று வைத்துக் கொள்வோம், ஓர் ஆண் தினமும் 12 சிகரெட்டுகள் புகைப்பதாகக் கொண்டால், வெறுமனே புகை பிடித்தலில் மட்டும் அவன் ஆறு மணி நேரத்தை வீணடிக்கிறான் என்று சாரா விளக்கினார்.

அதன் பிறகு நாங்கள் பல்வேறு விஷயங்களைப் பேசினோம். அதிலிருந்து அவர்கள் எந்த விதமான தொற்று நோய்களுக்கும் ஆளாகவில்லை என்றும் நம்மைப் போல் கொசுக்கடிகளால் அவதிப்படவில்லை என்பதையும் அறிந்துகொண்டேன். பெண்ணிய தேசத்தில் மிக அரிதாக நடக்கும் விபத்துகளில் இறப்பதைத் தவிர, இளவயதில் யாரும் இறப்பதில்லை என்பதைக் கேட்டு நான் மிகவும் வியப்படைந்தேன்.

"எங்களது சமையலறையைப் பார்க்க உங்களுக்கு விருப்பமா?" என்று அவர் என்னிடம் கேட்டார்.

"அது என் பாக்கியம்" என்றேன். பிறகு நாங்கள் அதைப் பார்க்கச் சென்றோம். நான் அங்கு செல்லும்போது அங்கிருந்த ஆண்களை வெளியேற்றுமாறு கேட்டுக் கொண்டேன். ஓர் அழகான காய்கறித் தோட்டத்தின் நடுவே சமையலறை அமைந்திருந்தது. ஒவ்வொரு கொடியும், ஒவ்வொரு செடியும் ஓர் அலங்காரப் பொருளைப் போல் இருந்தது. சமையலறையில் புகையோ புகைபோக்கியோ எதுவும் எனக்குத் தென்படவில்லை. அது சுத்தமாகவும் பளிச்சென்றும் இருந்தது. ஜன்னல்கள் மலர்களால் அலங்கரிக்கப்பட்டிருந்தன. அங்கே கரி மற்றும் நெருப்பின் அடையாளமேயில்லை.

"நீங்கள் எப்படிச் சமைக்கிறீர்கள்?" என்று கேட்டேன்.

"சூரிய வெப்ப ஆற்றலினால்" என்றார் அவர். அதே நேரம் செறிவூட்டப்பட்ட சூரிய ஒளியும், வெப்பமும் செல்லும் குழாயை எனக்குக் காட்டினார். அதன் செயல் முறையை விளக்கிக்காட்ட அவ்வப்போது எனக்குச் சமைத்தும் காட்டினார்.

"சூரிய வெப்பத்தைச் சேகரித்துச் சமைக்க உங்களால் எப்படி முடிகிறது?" என்று நான் வியப்புடன் கேட்டேன்.

"அப்படியானால் நான் உங்களுக்கு எங்களுடைய கடந்த கால வரலாற்றில் இருந்து கொஞ்சம் சொல்கிறேன், கேளுங்கள். முப்பது ஆண்டுகளுக்கு முன், எங்களின் தற்போதைய

ராணிக்குப் பதின்மூன்று வயதாக இருந்தபோது அரியணை ஏறினார். அப்போது அவர் பெயரளவுக்குத்தான் ராணியாக இருந்தார். நிதர்சனத்தில் பிரதமரே நாட்டை ஆண்டு கொண்டிருந்தார்.

எங்களுடைய மேன்மை பொருந்திய ராணிக்கு அறிவியலில் மிகுந்த ஆர்வம் இருந்தது. தன் நாட்டிலுள்ள அனைத்துப் பெண்களும் கல்வி கற்க வேண்டுமென்று ஓர் ஆணை பிறப்பித்தார். அதன்படி பெண்களுக்கான பல பள்ளிகள் நிறுவப்பட்டு அரசாங்கத்தால் ஆதரிக்கப்பட்டு வந்தன. கல்வி பெண்களிடையே பரவலானது. மேலும் பெண்களுக்கு இளம் வயதில் திருமணம் செய்வதும் தடை செய்யப்பட்டது. 21 வயதுக்கு முன் திருமணம் செய்துகொள்ள எந்தப் பெண்ணுக்கும் அனுமதி அளிக்கப்படவில்லை. இதை நான் உங்களுக்குச் சொல்லியே ஆக வேண்டும்; இந்த மாற்றத்துக்கு முன்புவரை நாங்கள் கண்டிப்பான பர்தா முறையைக் கடைபிடிக்க வேண்டும்."

"பிறகு எப்படி இந்த நிலை மாறியது?" என்று நான் வியப்புடன் சாராவை இடைமறித்தேன்.

"உங்கள் ஊரில் இருந்ததைப் போலவே நாங்களும் ஜெனானாவில் தனித்திருந்தோம். பின்னர், சில ஆண்டுகளுக்குப் பின் பெண்களுக்கு என்றே தனிப் பல்கலைக்கழகங்கள் அமைக்கப்பட்டன. அவற்றில் ஆண்கள் சேர அனுமதிக்கப்படவில்லை.

"எங்களுடைய ராணி வாழும் தலைநகரில் இரண்டு பல்கலைக்கழகங்கள் இருந்தன. அவற்றுள் ஒன்று ஓர் அற்புதமான பலூனைக் கண்டுபிடித்தது. அதில் அவர்கள் பல குழாய்களை இணைத்திருந்தனர். இத்தகைய ஆற்றல் வாய்ந்த பலூனை மேகமண்டலத்துக்கு மேலே மிதக்குமாறு செய்து, வளிமண்டலத்தில் இருந்த மேகங்களிலுள்ள நீர்த்துளிகளைக் குழாய்கள் மூலம் உறிஞ்சி எடுத்தனர். பல்கலைக்கழகத்தினர் இந்த பலூனைப் பயன்படுத்தி இடைவிடாமல் தண்ணீரை எடுத்துச் சேமித்தனர். அதனால், மேகங்கள் ஒன்று கூடித் திரளவில்லை. இதன் மூலம் மழையையும் புயலையும் அந்த

அறிவுக்கூர்மையுள்ள பெண் முதல்வரால் கட்டுப்படுத்த முடிந்தது."

"உண்மையாகவா? இங்கே ஏன் எந்த இடத்திலும் சேறோ, சகதியோ இல்லை என்று இப்போதுதான் எனக்குப் புரிகிறது. தண்ணீரைக் குழாய்களில் தேக்குவது எப்படிச் சாத்தியம் என்பதை மட்டும் என்னால் புரிந்துகொள்ள முடியவில்லை" என்றேன்.

அது எப்படிச் சாத்தியமானது என்பதை அவர் எனக்கு விவரித்தார். ஆனால் என்னுடைய குறைந்தபட்ச அறிவியல் அறிவைக்கொண்டு அதை என்னால் சரியாகவும், முழுமையாகவும் புரிந்துகொள்ள முடியவில்லை. இருப்பினும் அவர் தொடர்ந்தார், "மற்ற பல்கலைக்கழகங்கள் இதைப் பற்றி அறிந்தவுடன் அவர்கள் இதைவிடச் சிறப்பான ஒன்றைச் செய்ய முயன்றனர். அவர்கள் தங்களுக்குத் தேவையான அளவு சூரிய வெப்பத்தைச் சேமிக்க உதவும் கருவி ஒன்றைக் கண்டுபிடித்தனர். மற்றவர்களின் தேவைக்கேற்ப வெப்பத்தை விநியோகிப்பதற்கும், சேகரித்து வைத்துக்கொள்வதற்கும் அதில் ஏற்பாடுகள் இருந்தன.

பெண்கள் அறிவியல் ஆராய்ச்சியில் ஈடுபட்டிருக்கும்போது, நாட்டின் இராணுவ பலத்தை அதிகரிக்கச் செய்யும் முயற்சிகளில் ஆண்கள் மும்முரமாக இருந்தனர். வளிமண்டலத்தில் இருந்து நீரை எடுக்கவும், சூரியனில் இருந்து வெப்பத்தைச் சேகரிக்கவும் பெண்களின் பல்கலைக்கழகங்களால் முடியும் என்பதைப் பற்றி அறிந்தவுடன், ஆண்கள் அவர்களைக் கேலி பேசினர். இதெல்லாம் வெறும் பகல் கனவு என்றனர்."

"உங்களுடைய இந்தச் சாதனைகள் அனைத்துமே நிச்சயமாக மிகவும் அற்புதமானவை. ஆனால், உங்கள் நாட்டின் ஆண்கள் அனைவரையும் ஜெனானாவுக்குள் எப்படி அடைத்தீர்கள் என்பதை முதலில் எனக்குச் சொல்லுங்களேன். முதலிலேயே அவர்களை உள்ளே அடைத்துவிட்டீர்களா?"

"இல்லை சுல்தானா..."

"ஆண்கள் தங்களின் சுதந்திரமான வாழ்க்கையை விட்டுவிட்டுத் தங்களின் சொந்த விருப்பத்தின் பேரில் ஜெனானாவின் நான்கு

சுவர்களுக்குள் முடங்கிப் போயிருக்க வாய்ப்பேயில்லை; அது அவர்களை மீறி நடந்திருக்க வேண்டும்."

"ஆம், அது அவர்களையும் மீறி நடந்த விஷயம்தான்."

"எப்படி? யாரால்? சில பெண் வீரர்களால் என நினைக்கிறேன்."

"இல்லை; அது உடல் வலிமையால் நடக்கவில்லை!"

"ஆம், அது அப்படி நடந்திருக்க முடியாது. ஆண்கள் பெண்களை விட வலிமையானவர்கள் ஆயிற்றே! பிறகு அது எப்படிச் சாத்தியமானது?"

"மூளை வலிமையினால்!"

"ஆனால் ஆண்களின் மூளை பெண்களின் மூளையை விடப் பெரியதும், ஆற்றல் மிக்கதும் ஆயிற்றே?"

"ஆம், அதனாலென்ன? ஒரு யானையின் மூளை கூட மனிதனுடைய மூளையை விடக் கனமானதாகவும், பெரியதாகவும் இருக்கிறது. ஆனால் மனிதர்கள் அதைக் கட்டிப்போட்டு, தங்களின் பல்வேறு தேவைகளுக்கு ஏற்றாற்போல் பலவிதமான வேலைகளிலும் ஈடுபடுத்த முடிகிறதல்லவா?"

"ஆம், நீங்கள் சொல்வது சரிதான். ஆனால், இதெல்லாம் உண்மையில் எப்படி நடந்தது என்று தயவு செய்து எனக்குச் சொல்லுங்கள். அதைத் தெரிந்துகொள்ள ஆர்வமாக இருக்கிறேன்."

"ஆண்களை விடப் பெண்களின் மூளை சற்றே துரிதமானது. பத்து வருடங்களுக்கு முன்பு இராணுவ அதிகாரிகள் எங்களின் அறிவியல் கண்டுபிடிப்புகளைப் பகல் கனவு என்று கூறியபோது, அந்தக் கருத்துகளுக்குப் பதில் அளித்து விட வேண்டும் என்று சில பெண்கள் முற்பட்டனர். ஆனால் இரண்டு பெண் முதல்வர்களும் அவர்களைத் தடுத்து, வாய்ப்பு கிடைத்தால் வார்த்தைகளால் பதில் சொல்லாமல் செயல்களால் பதிலளிக்க வேண்டும் என்றனர். அந்த வாய்ப்புக்காக அவர்கள் நீண்டகாலம் காத்திருக்க வேண்டிய அவசியம் கூட ஏற்படவில்லை."

"ஆகா, அற்புதம்!" நான் பாராட்டும் விதத்தில் கைகளைத் தட்டினேன். "அப்படியானால், தற்போது அந்தப் பெருமைமிக்க

கனவான்கள் ஜெனானாவில் பகல் கனவு கண்டுகொண்டு இருப்பார்கள், இல்லையா?"

"ஆம்; அதன்பிறகு அண்டை நாட்டிலிருந்து சில நபர்கள் இங்கு வந்து எங்கள் நாட்டில் தஞ்சம் புகுந்தனர். அரசியல் குற்றங்கள் செய்ததற்காக அவர்கள் சிக்கலில் இருந்தனர். நல்லாட்சியை விட அதிகாரத்தால் மக்களை அடக்கி ஆள நினைக்கும் அவர்களது அரசன், எங்கள் ராணியிடம் அவர்களைத் தமது நாட்டு அதிகாரிகளிடம் ஒப்படைக்குமாறு கேட்டான். தஞ்சம் புகுந்தவர்களைத் திரும்ப அனுப்புவது எங்கள் ராணியின் கொள்கைக்கு எதிரானது. அதனால் அவர் அதை மறுத்துவிட்டார். இதற்கு மறுப்பு தெரிவித்ததற்காக அவன் எங்கள் நாட்டின் மீது போர் தொடுத்தான்.

எங்கள் ராணுவ அதிகாரிகள் உடனே வெகுண்டெழுந்து எதிரிப்படைகளைக் களத்தில் சந்திப்பதற்குப் புறப்பட்டனர். எதிரிகளோ எங்களை விடவும் பலசாலிகளாக இருந்தனர். எங்கள் நாட்டு வீரர்கள் துணிவுடன் போர் செய்தனர் என்பதில் எந்தச் சந்தேகமுமில்லை. ஆனால், அவர்களின் வீரத்தைத் தாண்டியும் அயல் நாட்டு ராணுவம் படிப்படியாக முன்னேறி எங்கள் நாட்டைக் கைப்பற்ற முயன்றது. ஏறக்குறைய அனைத்து ஆண்களும் போர்க்களத்துக்குப் போயிருந்தனர். பதினாறு வயதேயான சிறுவர்கள் கூட வீடுகளில் விட்டு வைக்கப்படவில்லை. எங்கள் போர் வீரர்களில் பெரும்பாலானோர் கொல்லப்பட்டனர். எஞ்சியிருந்தவர்கள் பின்வாங்கி வரத் தொடங்கியிருந்தனர். எதிரிகள் தலைநகருக்கு அருகே, 25 மைல் தொலைவுக்குள் வந்து விட்டனர்.

இந்த நெருக்கடியிலிருந்து நாட்டைக் காப்பதற்கு என்ன செய்யலாம் என்று ஆலோசனை கூற அறிவுக்கூர்மைமிக்க பல பெண்கள் நிறைந்த ஒரு கூட்டம் ராணியின் மாளிகையில் நடந்தது. அதில் சிலர், 'வீரர்களைப் போல் சண்டையிட வேண்டும்' என்றனர். வேறு சிலர் அதை மறுத்து 'பெண்கள் வாள்களாலும், துப்பாக்கிகளாலும் போரிடுவதற்குப் பயிற்சி பெறவில்லை. வேறெந்த ஓர் ஆயுதத்தைக் கொண்டும் போரிடப் பழகவில்லை' என்றனர். மூன்றாவது தரப்பினரோ 'நாம் மிகவும் பலவீனர்கள் ஆயிற்றே' என வருத்தத்துடன் கூறினர்.

"உடல்வலிமையைக் கொண்டு உங்கள் நாட்டைக் காப்பாற்ற முடியவில்லை என்றால் அறிவாற்றலைக் கொண்டு அதைச் செய்ய முயலுங்கள்" என்றார் ராணி. சில நிமிடங்களுக்கு அங்கே மயான அமைதி நிலவியது.

"நாடும், நமது இறையாண்மையும், பெண்களின் கவுரவமும் பறிபோகுமானால், நான் உயிரை விடுவதைத் தவிர வேறு வழியில்லை" என்று உறுதியுடன் சொன்னார் ராணி.

இந்த விவாதம் தீவிரமாக நடந்து கொண்டிருந்தபோது இரண்டாவது பல்கலைக்கழகத்தின் முதல்வர் (சூரியனில் இருந்து வெப்பத்தைச் சேகரித்தவர்) அமைதியாகச் சிந்தித்துக் கொண்டிருந்தார். அவர் இப்போது எழுந்து, "போரில் நாம் இதுவரை தோல்வியை மட்டுமே சந்தித்திருக்கிறோம். ஆனால் இன்னும் கொஞ்சம் நம்பிக்கைக்கு இடம் இருப்பதாகவே நான் நம்புகிறேன். நான் ஒரு திட்டத்தை யோசித்திருக்கிறேன். நம் தரப்பில் அதுவே கடைசி முயற்சியாக அமையலாம். அதில் நாம் தோல்வியடைந்தால், கூண்டோடு அழிய வேண்டியதுதான்" என்று திட்டவட்டமான தொனியில் சொன்னார். அதைக் கேட்டதும் அங்கிருந்த அனைவரும் ஒரே குரலில், "நாம் அதை முயன்று பார்ப்போம். என்ன நடந்தாலும் சரி, நாட்டையோ, நம்மையோ அடிமைப்படுத்த ஒருபோதும் அனுமதிக்க மாட்டோம்" என்று ஆணித்தரமாக உறுதி மேற்கொண்டனர்.

அனைவருக்கும் உளமார நன்றி தெரிவித்து, அவரது திட்டத்தை முயற்சிக்குமாறு கூறினார் ராணி. முதல்வர் மீண்டும் எழுந்து "நாம் வெளியே புறப்படுவதற்கு முன் நமது ஆண்கள் அனைவரையும் ஜெனானாவுக்குள் அனுப்ப வேண்டும். நான் இந்த வேண்டுகோளை ராணியிடம் பர்தாவின் பொருட்டு முன்வைக்கிறேன்" என்றார்.

"நிச்சயமாக! நான் இப்போதே அதற்கான உத்தரவைப் பிறப்பிக்கிறேன்" என்று கூறி, மறுநாள் ஆண்கள் அனைவரையும் அழைத்தார் ராணி. நாட்டின் மரியாதையையும், சுதந்திரத்தையும் காக்கும் பொருட்டு அவர்களை ஜெனானாவுக்குள் போகுமாறு கேட்டுக் கொண்டார். போரில் தோல்வியடைந்ததாலும், காயங்களால் வேதனையடைந்து சோர்ந்து போயிருந்தாலும்,

ஆண்கள், ராணியின் ஆணையை ஒரு வரமாகவே கருதினர். ஒரு வார்த்தை கூட எதிர்த்துப் பேசாமல் ஜெனானாவுக்குள் சென்றுவிட்டனர். இந்த நாட்டைக் காக்க வேறு வழியேதும் இல்லை என்பதில் அவர்கள் உறுதியாக இருந்தனர்.

பிறகு பல்கலைக்கழக முதல்வர் தனது இரண்டாயிரம் மாணவிகளுடன் போர்க்களத்தை நோக்கி அணிவகுத்துச் சென்றார். அங்கு சென்றதும், சிறிதும் தாமதமில்லாமல் செறிவூட்டப்பட்ட சூரிய ஒளியையும், வெப்பக்கதிர்களையும் எதிரிகளின் மேல் செலுத்தினார்.

ஒளியும், வெப்பமும் எதிரிகளால் தாங்கிக்கொள்ள முடியாத அளவுக்கு அதிகமாக இருந்தது. அந்தச் சுட்டெரிக்கும் வெப்பத்தை எப்படி எதிர்கொள்வது என்று தெரியாமல் திகைப்படைந்த அவர்கள் அனைவரும் அங்கிருந்து தப்பியோடினர். அப்படி அவர்கள் தங்கள் துப்பாக்கிகளையும், போருக்கான மற்ற ஆயுதங்களையும், வெடிமருந்துகளையும் போட்டுவிட்டுத் தப்பியோடும்போது, கடும் சூரிய வெப்பக்கதிர்களின் வீச்சினால் கருகி படுகாயங்களுடன் ஓடிப்போயினர். அதன் பிறகு எங்கள் நாட்டின் மீது படையெடுத்து வர எவருமே முயற்சிக்கவில்லை.

"அன்றிலிருந்து உங்கள் ஆண்கள் ஜெனானாவிலிருந்து வெளியே வர ஒருபோதும் முயற்சிக்கவில்லையா?" என்றேன்.

"அவர்கள் சுதந்திரமாகவே இருக்க விரும்பினர். சில காவல் ஆணையர்களும், மாவட்ட நீதிபதிகளும் ராணுவ அதிகாரிகளை அவர்கள் போரில் அடைந்த தோல்விகளுக்காகக் கண்டிப்பாகச் சிறையிலிட வேண்டும் என்று ராணிக்குத் தகவல் அனுப்பினர். ஆனால், அதே நேரம் அவர்கள் தங்கள் கடமையை ஒருபோதும் புறக்கணிக்கவில்லை. அதனால் அவர்கள் தாங்கள் தண்டிக்கப்படக் கூடாது என்றும், தங்களை அந்தந்த அலுவலகங்களுக்கே திருப்பி அனுப்பும்படியும் வேண்டினர்.

அவர்களின் சேவை தேவைப்படும்போது அவர்கள் நிச்சயமாக அனுப்பி வைக்கப்படுவர் என்றும், அதுவரை, அவர்கள் இருக்கும் இடத்திலேயே இருக்க வேண்டும் என்றும் மென்மை பொருந்திய ராணி, அவர்களுக்குச் சுற்றறிக்கை

ஒன்றை அனுப்பினார். இப்போது அவர்கள் பர்தா முறைக்குப் பழகி, தனிமையில் முனகுவதை நிறுத்திவிட்டனர். இந்த முறையை ஜெனானா என்பதற்குப் பதிலாக மர்தானா என்று நாங்கள் அழைக்கின்றோம்.”

“ஆனால், கொலை கொள்ளைகளைக் காவலர்களும் நீதிபதிகளும் இல்லாமல் எப்படிச் சமாளிக்கிறார்கள்?” என்று நான் சாராவிடம் கேட்டேன்.

“மர்தானா முறை நடைமுறைக்கு வந்ததிலிருந்து எந்தக் குற்றமும் நடக்கவில்லை. அதனால் குற்றவாளிகளைக் கண்டுபிடிக்கக் காவலர்களோ, வழக்குகளை விசாரிக்க நீதிபதிகளோ தேவைப்படவில்லை.”

“உண்மையில் இது சிறப்பான ஒன்று. நேர்மையில்லாத நபர் யாராவது இருந்தால் அவர்களை நீங்கள் எளிமையான முறையில் கண்டுபிடித்துத் தண்டிக்க முடியும் என்று நினைக்கிறேன். ஒரு துளி ரத்தம் கூடச் சிந்தாமல், நீங்கள் தீர்க்கமாக வெற்றி பெற்றதைப் போலவே இப்போது குற்றவாளிகளையும், குற்றங்களையும் உங்களால் அதிகச் சிரமமில்லாமல் தடுக்க முடியும்.”

“ஆம். சரி, இப்பொழுது நீங்கள் இங்கேயே இருக்கிறீர்களா அல்லது என்னுடன் வரவேற்பறைக்கு வருகிறீர்களா, சுல்தானா?” என்று அவர் என்னிடம் கேட்டார்.

“உங்கள் சமையலறை ராணியின் அறைக்குச் சற்றும் குறைந்ததல்ல; ஆனால், நாம் இப்போது இங்கிருந்து கிளம்ப வேண்டும், சமையலறையிலுள்ள தங்கள் கடமைகளைச் செய்யவிடாமல் வெகுநேரம் வெளியே அனுப்பியதற்காக ஆண்கள் என்னைச் சபிக்கப் போகிறார்கள்” என்று சொல்லி அங்கிருந்து வெளியேறினோம்.

“வெகு தூரத்திலுள்ள ஒரு பெண்ணிய தேசத்தில், பெண்களே நாட்டை ஆள்கின்றனர், சமூக நடவடிக்கைகள் எல்லாவற்றையும் கட்டுப்பாட்டில் வைத்திருக்கின்றனர், அதே சமயம், ஆண்கள் அனைவரையும் குழந்தைகளைக் கவனிக்கவும், சமையல் உள்பட எல்லாவிதமான வீட்டு வேலைகளைச் செய்யவும்

மர்தானாவில் வைத்திருக்கின்றனர், மேலும் சமையல் மிக எளிதான ஒன்று; அது ஓர் ஆனந்தமான அனுபவம் என்று நான் ஊருக்குத் திரும்பிப்போனதும் என் தோழிகளிடம் சொன்னால், அவர்களுக்கு எப்படி வேடிக்கையாகவும் வியப்பாகவும் இருக்கும்?"

"ஆம், நீங்கள் இங்கே பார்ப்பதையெல்லாம் கண்டிப்பாக அவர்களுக்குச் சொல்லுங்கள்."

"அறுவடை செய்வது, நிலத்தை உழுவது, பயிர் செய்வது போன்ற கடினமான வேலைகளையெல்லாம் நீங்கள் எப்படிச் செய்கிறீர்கள் என்று எனக்குச் சொல்லுங்களேன்."

"எங்கள் வயல்களை மின்சார ஆற்றலைக் கொண்டு உழுகிறோம். மற்ற கடினமான வேலைகளை எல்லாம் கூட மின்சார உந்துவிசையைக் கொண்டே செய்கிறோம். அதையே எங்கள் வான்வெளிப் போக்குவரத்துக்கும் பயன்படுத்துகிறோம். இங்கே எங்களுக்கு ரயில் பாதைகளோ, சாலைகளோ கிடையாது."

"அதனால் இங்கு ரயில், சாலை விபத்துகள் எவையும் நடப்பதில்லை அல்லவா? சரி, மழை நீரில்லாமல் நீங்கள் சிரமப்படுவதில்லையா?" என்று கேட்டேன்.

"தண்ணீர் பலூன் அமைக்கப்பட்டதிலிருந்து ஒருபோதுமில்லை. பெரிய பலூன்களில் குழாய்கள் அமைக்கப்பட்டிருப்பதால் அவற்றின் உதவிகொண்டு எங்களுக்குத் தேவையான தண்ணீரை நாங்களே எடுத்துக்கொள்ள முடியும். புயலாலும் வெள்ளத்தாலும் நாங்கள் பாதிக்கப்படுவதில்லை. இயற்கையாக எவ்வளவு விளைச்சலைப் பெற முடியுமோ அதைப் பெறுவதில் நாங்கள் கவனம் செலுத்துகிறோம். ஒருபோதும் நாங்கள் வீணாக அமர்ந்திருக்க மாட்டோம். அதனால், எங்களுக்குள் சண்டையிட்டுக்கொள்ள நேரம் இருப்பதில்லை. எங்களின் ராணிக்குத் தாவரவியலில் அதீத ஆர்வம் உள்ளது. இந்த நாட்டை ஒரு பிரம்மாண்டமான தோட்டமாக மாற்றுவதே எங்களின் இலட்சியம்" என்றார் சாரா.

"இந்த யோசனை சிறப்பாக உள்ளது. உங்களது பிரதான உணவு எது?"

"பழங்கள்."

"கோடைக்காலத்தில் உங்கள் நாட்டை எப்படிக் குளுமையாக வைத்திருப்பீர்கள்? கோடையில் வரும் மழையை நாங்கள் ஒரு வரமாகவே கருதுகிறோம்."

"வெப்பத்தைத் தாங்கிக்கொள்ள முடியாதபோது, செயற்கை நீர் ஊற்றிலிருந்து பெறப்படும் நீரைத் தரைகளின் மீதும் கூரைகளின் மீதும் தெளிப்போம். குளிர் காலத்தில் சூரிய வெப்பத்தைக் கொண்டு எங்கள் அறைகளைக் கதகதப்பாக வைத்துக் கொள்வோம்" என்று கூறினார். அதன் பிறகு, அவர் தன்னுடைய குளியலறையைக் காட்டினார். அதன் கூரை அகற்றக்கூடியதாக இருந்தது. அவர் எப்போது விரும்பினாலும் கூரையை அகற்றிவிட்டு (அது ஒரு பெட்டியின் மூடி போன்றது) குழாயைத் திருகி ஷவர் குளியல் எடுக்க முடியும்.

"நீங்கள் மிகவும் அதிர்ஷ்டசாலிகள். உங்களுடைய மதம் என்னவென்று நான் கேட்கலாமா?" என்றேன்.

"எங்கள் மதம் அன்பையும், உண்மையையுமே அடிப்படையாகக் கொண்டது. ஒருவரையொருவர் நேசிப்பதும் உண்மையாக இருப்பதுமே எங்களது கொள்கை. யாராவது ஒருவர் பொய் சொன்னால் அந்த ஆணுக்கோ அல்லது பெண்ணுக்கோ..."

"மரண தண்டனை விதிக்கப்படுமா?"

"இல்லை. மரண தண்டனை அல்ல. கடவுள் படைத்த உயிரை, முக்கியமாக மனித உயிரைக் கொல்வதில் எங்களுக்கு விருப்பமில்லை. இந்த நாட்டின் நலன் கருதி, அந்தப் பொய்யரை இந்த நாட்டைவிட்டே வெளியேற்றுவதற்கு உத்தரவிடுவோம். அவர்கள் மீண்டும் இந்த நாட்டுக்குள் காலடி எடுத்து வைக்காத வண்ணம் தடை செய்து விடுவோம்."

"குற்றவாளிகள் மன்னிக்கப்படுவதில்லையா?"

"அந்த நபர் மனதார வருந்தினால் நிச்சயம் மன்னிக்கப்படுவார்."

"உங்களுடைய நெருங்கிய உறவினர்களைத் தவிர மற்ற ஆண்களைச் சந்திக்க உங்களுக்கு அனுமதி உண்டா?"

"நெருங்கிய உறவுகளைத் தவிர வேறு யாரையும் சந்திக்க அனுமதியில்லை."

"எங்கள் நெருங்கிய உறவுகளின் வட்டம் மிகச் சிறியதே, சொந்த அத்தை மகன், மாமன் மகன் கூட நெருங்கிய உறவுக்குள் வர மாட்டார்கள்" என்றேன்.

"ஆனால் எங்களுடைய வட்டம் மிகப்பெரியது. தூரத்து அத்தை மகன், மாமன் மகன் கூட ஒரு சகோதரரைப் போல் நெருக்கமானவரே" என்றார் சாரா.

"அது மிகவும் நல்லது, சாரா. அறமே உங்கள் நாட்டை ஆட்சி செய்கிறாள். அதை என்னால் உணர முடிகிறது. இவ்வளவு அறிவுக்கூர்மையுடனும், தொலைநோக்குப் பார்வையுடனும் இந்த விதிகளையெல்லாம் வகுத்த உங்கள் ராணியை நான் காண விரும்புகிறேன்."

"சரி" என்றார் சகோதரி சாரா.

பின்னர் அவர் இரண்டு இருக்கைகளை சதுரவடிவிலான பலகையாக மாற்றினார். அந்தப் பலகையில் இரண்டு மென்மையான, பளபளப்பான பந்துகளை இணைத்தார். அந்தப் பந்துகள் எதற்காக என்று கேட்டபோது, அவை ஹைட்ரஜன் பந்துகள் எனவும், அவை புவியீர்ப்பு விசையைக் கடத்தப் பயன்படுகின்றன எனவும் சொன்னார். அந்தப்பந்துகள் சுமக்க வேண்டிய வெவ்வேறு எடைகளுக்கு ஏற்ப வெவ்வேறு திறன் கொண்டவையாக இருந்தன.

பின்னர், அந்த ஏர் காரில் இரண்டு றெக்கை போன்ற ப்ளேடுகளைக் கட்டினார். அவை மின்சாரத்தால் வேலை செய்யும் என்றார். நாங்கள் அதில் ஏறி வசதியாக அமர்ந்து கொண்டோம். அவர் ஒரு பொத்தானை அழுத்தினார். உடனே அந்த பிளேடுகள் சுழலத்தொடங்கின. நேரம் ஆக ஆக அவை இன்னும் வேகமாகச் சுற்றத் தொடங்கின. நாங்கள் நிலத்திலிருந்து ஆறு ஏழு அடிகள் உயரத்துக்கு மேல் உயர்த்தப்பட்டோம். பின்பு மேலே மேலே பறக்க ஆரம்பித்தோம். பறக்கத் தொடங்கிவிட்டோம் என்பதை நான் உணர்வதற்கு முன்பே நாங்கள் ராணியின் தோட்டத்தைப் போய்ச் சேர்ந்தோம். எனது தோழி இயந்திரத்தைத் திருப்பி ஏர் காரை கீழ் நோக்கி

இறக்கினார். அது தரையைத் தொட்டவுடன் இயந்திரம் நிறுத்தப்பட்டது. நாங்கள் இறங்கினோம்.

ராணி தனது நான்கு வயது மகளுடனும், பணிப்பெண்களுடனும் தோட்டத்தில் நடந்து கொண்டிருப்பதை நான் பார்த்தேன்.

"அட, நீங்களா? எங்கே இவ்வளவு தூரம்?" என்று சாராவைப் பார்த்து உற்சாகத்துடன் கையசைத்து வரவேற்றார் ராணி. அவரிடம் என்னை அறிமுகம் செய்தார் சாரா. எந்த ஒரு வீண் சம்பிரதாயமும் இன்றி நான் அன்புடன் வரவேற்கப்பட்டேன்.

ராணியின் அறிமுகம் கிடைத்ததில் நான் பெருமகிழ்ச்சி அடைந்தேன். நான் அவருடன் உரையாடத் தொடங்கினேன். தன் நாட்டுக் குடிமக்கள் மற்ற நாடுகளுடன் நல்லுறவோடு வர்த்தகம் செய்வதில் தனக்கு எந்த ஆட்சேபணையும் இல்லை என்றார் அவர். ஆனால், பெண்களை அடிமைகளாக நடத்தும் நாடுகளுடன் அவ்வாறு வர்த்தக உறவுகளைப் பராமரிக்கத் தனக்கு விருப்பமில்லை என்றும், தாங்கள் அதுவரை பார்க்க நேர்ந்த ஆண்கள் அனைவரும் ஒழுக்கமற்றவர்களாகவும், பெண்களை அடிமைகளாக நடத்துபவர்களாகவுமே உள்ளனர் எனவும் சொன்னார்.

"நாங்கள் அடுத்தவர்கள் நிலங்களுக்கு ஆசைப்பட மாட்டோம். கோஹினூரை விட ஆயிரம் மடங்கு விலை மதிக்க முடியாத வைரமாக இருந்தால் கூட நாங்கள் அதற்காகச் சண்டையிட்டுக் கொண்டிருக்க மாட்டோம். மயில் சிம்மாசனத்திலோ அல்லது வேறு ஒரு ஆடம்பர சிம்மாசனத்திலோ அமர்ந்திருக்கும் அரசனாக இருந்தாலும் அவன் மீது பொறாமைகொள்ள மாட்டோம். இயற்கை நமக்கு வழங்கியிருக்கும் அறிவுக்கடலில் மூழ்கி முத்துக் குளிக்கவே நாங்கள் முயல்கிறோம். இயற்கையின் கொடைகளை எங்களால் முடிந்தவரை நாங்கள் அனுபவிக்கிறோம்" என்று சொல்லி முடித்தார் ராணி.

ராணியிடமிருந்து விடைபெற்று, நான் அங்கிருந்த வேறு சில புகழ் பெற்ற பல்கலைக்கழகங்களைப் பார்வையிட்டேன். மேலும் சில ஆய்வுக்கூடங்களும், உற்பத்தி சாலைகளும் எனக்குக் காண்பிக்கப்பட்டன. சுவாரசியமான வேறு சில

இடங்களையும் சுற்றிப் பார்த்த பின், மீண்டும் நாங்கள் ஏர்காரில் ஏறினோம். ஆனால், அது கிளம்பும்போது, நான் எப்படியோ நிலை தடுமாறிக் கீழே விழுந்தேன். திடுக்கிட்டுக் கண்விழித்தபோது என் கனவு கலைந்து விட்டதையும், நான் இன்னும் எனது படுக்கையறை சாய்வு நாற்காலியில் படுத்து இருக்கிறேன் என்பதையும் உணர்ந்தேன்.

உண்மையான விடியல்

(சுப் சாதேக் என்ற தலைப்பில் ரொக்கேயா 1931இல் எழுதிய கட்டுரை இது. பெண் விடுதலைக்கான உண்மையான விடியல் எது என்பதை ரொக்கேயா இக்கட்டுரையில் கூறியிருக்கிறார்)

தாய்மார்களே! சகோதரிகளே! மகள்களே! விழித்துக்கொள்ளுங்கள்.

எழுந்திரியுங்கள். உங்கள் படுக்கைகளைவிட்டு வாருங்கள். முன்னேறுங்கள்! கவனியுங்கள், முஅத்தின் (தொழுகைக்கான அழைப்பை விடுப்பவர்) அதானுக்கான(தொழுகை) ஒலியை எழுப்புகிறார். அல்லாவின் அழைப்பு உங்களுக்குக் கேட்கவில்லையா? இனியும் உறங்கிக் கொண்டிருக்காதீர்கள். எழுந்திரியுங்கள். இப்போது இரவு கடந்துவிட்டது. இது ஒரு உண்மையான விடியல். முஅத்தின் அதானுக்கான அழைப்பை விடுத்துவிட்டார்.

உலகமெங்கும் உள்ள பெண்கள் விழித்துக்கொண்டனர். அவர்கள் சமூகத்தில் நடக்கும் தீமைகளுக்கு எதிராகக் குரல் கொடுக்கத் தொடங்கியுள்ளனர். அவர்கள் கல்வி அமைச்சர்களாகவும், மருத்துவர்களாகவும், தத்துவ ஞானிகளாகவும், விஞ்ஞானிகளாகவும், போர்ப்படைகளின் அமைச்சர்களாகவும், இராணுவத் தலைவர்களாகவும், எழுத்தாளர்களாகவும், கவிஞர்களாகவும் ஆகிவிட்டனர். ஆனால் நாம், நமது வீட்டுச் சிறைக்குள் உள்ள இருளில், இருண்ட தரையில் உறங்கிக்கொண்டிருக்கிறோம்.

காலத்திற்கேற்ப முன்னேற வேண்டாம் எனத் தீர்மானித்து அனைத்து சாபங்களையும் நாம் நமக்காகச் சேமித்து வைத்துள்ளோம். அதானுக்கான அழைப்பை கவனிக்க வேண்டாம் என்று உறுதி பூண்டுள்ளோம். சகோதரிகளே!

உங்களது சிறைகளில் இருக்கும் துளைகளின் வழியாக வெளியுலகை சற்றே எட்டிப்பாருங்கள்.

நாம் பிறந்த கணம் முதல் பெண்கள் அனைவரும் அடிமைகள் என்றும், என்றென்றுமே அடிமைகளாகவே இருப்போம் என்றும் கற்பிக்கப்பட்டிருக்கிறோம்.

ஐயகோ! எவ்வளவு துயரத்துடன் பாடியுள்ளார் இந்தக் கவிஞர்...

"எனது மனதிலுள்ள வலியை என்னால் வெளிப்படுத்த முடியாது பெண்ணாகப் பிறக்க நான் எவ்வளவு பாவம் செய்திருக்க வேண்டும்."

நம்மை மூளையில்லாதவர்கள் என்று குற்றம் சாட்டுகிறார்கள். இந்த உலகிலுள்ள அனைத்துத் தீமைகளும் நமது தோள்களின் மீது குவிக்கப்பட்டுள்ளன. நமக்குக் கொடுக்கப்பட்டுள்ள நியாயமற்ற தீர்ப்புகளுக்கு எதிராகக் குரல் கொடுக்காமல் நாம் வெறும் ஊமைகளாக இருக்கிறோம். விலங்குகளைப் போல நடத்தப்படுவதில் நாம் திருப்தி அடைகிறோம்.

சமீபகாலமாக நமது எஜமானர்கள் நம்மை ஆபரணங்களைப் போலக் கருதுகின்றனர். பெண்களின் பாதுகாப்புக்காக எத்தனை சங்கங்கள் நிறுவப்பட்டுள்ளன என்பதைப் பாருங்கள்! உண்மையில் நாம் அனைவரும் உயிருள்ள ஜடப்பொருட்களே, அதனால்தான் நம்மை யாரும் கடத்திச்செல்லாமல் தடுக்க நமக்கு காவலர்கள் தேவைப்படுகிறார்கள்.

பாவப்பட்ட எனது சகோதரிகளே, இது உங்களுக்கு அவமானமாக இல்லையா?

அப்படி இருந்தால், இந்த அவமானத்தை நீங்கள் ஏன் அமைதியாகப் பொறுத்துக்கொள்கிறீர்கள்?

உங்களை நீங்களே சற்று பாருங்கள். நாம் விலங்குகளுக்கு இணையாகக் கருதப்படுகிறோம். அதனால்தான் விலங்குகளுக்கு இழைக்கப்படும் கொடுமைகளைத் தடுப்பதற்கான சங்கமும் பெண் பாதுகாப்பிற்கான சங்கமும் அருகருகே அமைந்துள்ளன. இதைவிடப் பெரிய அவமானம் வேறு இருக்க முடியுமா? இந்த அவமதிப்பிற்கு இப்போதே ஒரு முடிவு கட்ட வேண்டும்.

சகோதரிகளே! உங்கள் கண்களில் இருக்கும் தூக்கத்தைக் களையுங்கள். முன்னே செல்லுங்கள்! தைரியமாக நில்லுங்கள்!

தாய்மார்களே! சொல்லுங்கள்,

நாங்கள் விலங்குகள் அல்ல! என்று,

சகோதரிகளே! சொல்லுங்கள்,

நாங்கள் மரச்சாமான்கள் அல்ல! என்று

மகள்களே! சொல்லுங்கள்,

இரும்புப் பெட்டிக்குள் புதைத்து வைப்பதற்கு

நாங்கள் யாரும் ஆபரணங்கள் அல்ல! என்று,

ஒருமித்தக் குரலில் சொல்லுங்கள்,

நாங்கள் மனிதர்கள்! என்று.

இயற்கையின் சிறந்த படைப்பின் சரிபாதி நாம் என்பதைக் காட்டுங்கள். உண்மையில் இவ்வுலகை உருவாக்கிய தாய்மார்கள் நாம்.

உங்களது உரிமைகளையும் கோரிக்கைகளையும் பாதுகாத்துக்கொள்ள உங்களுக்கான அமைப்புகளை நீங்களே உருவாக்குங்கள்.

அனைத்து வகையான அநீதிகளையும் தடுப்பதற்கான ஒரே தீர்வு கல்வியைப் பரவலாக்குவதே ஆகும். குறைந்தபட்சமாக பெண் குழந்தைகளுக்கு ஆரம்பக் கல்வியாவது வழங்கப்பட வேண்டும். கல்வியின் மூலம் ஆக்கப்பூர்வமான பயிற்சி கிடைக்குமென நான் நம்புகிறேன். ஒரு சில புத்தகங்களை வாசிப்பதும் அல்லது சில வரிகளை எழுதுவது மட்டுமே உண்மையான கல்வி ஆகாது.

நான் விரும்பும் கல்வியானது பெண்களாகிய நமக்கு குடிமக்களின் உரிமைகளைப் பெற்றுத் தர உதவும். அது நம்மைச் சிறந்த மகள்களாகவும், சகோதரிகளாகவும், இல்லத்தரசிகளாகவும், தாய்மார்களாகவும் மாற்றும்.

கல்வி என்பது உடல் மற்றும் மனம் ஆகிய இரண்டையும் பூர்த்தி செய்ய வேண்டும். பொம்மைகளைப் போல் அழகான

புடவை உடுத்திக் கொள்வதற்கவும், விலையுயர்ந்த ஆபரணங்களை அணிந்து கொள்வதற்கு மட்டும் நாம் இவ்வுலகில் பிறக்கவில்லை என்பதை நீங்கள் அறிந்து கொள்ள வேண்டும். மாறாக, ஒரு குறிப்பிட்ட பொறுப்பை நிறைவேற்றவே பெண்ணாகப் பிறந்திருக்கிறோம். உங்கள் வாழ்க்கை உங்கள் கணவனைத் திருப்திபடுத்தவதில் மட்டுமே நின்றுவிடக் கூடாது. உணவிற்காகவும் உறைவிடத்திற்காகவும் பெண்கள் யாருடைய தயவையும் எதிர்ப்பார்த்து இருக்கக் கூடாது.

என்னைப் பொறுத்தவரை, உடற்பயிற்சிக்காக, கத்தி மற்றும் கம்புகொண்டு சண்டையிடக் கற்றுக்கொள்வது, அரிசி குத்தக் கற்றுக்கொள்வது, கோதுமை அரைப்பது மற்றும் அனைத்து வகையான வீட்டு வேலைகளைச் செய்வதும் சிறந்தது. அரிசி குத்துதல் மற்றும் கோதுமை அரைத்தல் நாட்டிலிருக்கும் உணவுப் பிரச்சனைகளைத் தீர்ப்பதற்கும் கூடுதலாக உதவும். தற்போது உமி நீக்கப்பட்ட அரிசி மற்றும் அரைத்த கோதுமையின் தேவை காரணமாக, வெள்ளத்தைப் போல் மரணம் மக்களை அடித்துச் செல்கிறது. வெறுமனே உட்கார்ந்து இருக்காமல் இதைப் போன்ற உடற்பயிற்சிகள் செய்வது நூறு மடங்கு சிறந்தது.

அரசு தற்போது குழந்தைகளின் நலனில் கவனம் செலுத்துகிறது, அது மிகவும் சிறந்தது. ஆனால் முதலில், அந்தக் குழந்தையின் தாயை வலுப்படுத்துவது முக்கியம் அல்லவா?

என்ன நடந்தாலும் சரி, தாய்மார்களே, சகோதரிகளே, மகள்களே! இனியும் உறங்கிக் கொண்டிருக்காதீர்கள். விழித்தெழுந்து உங்களது கடமைகளை நிறைவேற்றப் புறப்படுங்கள்.

Memes - மீம்ஸ்

(ரொக்கேயா பேகம் எழுதிய புத்தகத்திலிருந்து சில
வரிகள் மீம்ஸ் வடிவில்)

கல்வி:

"வெறும் வேலை பெறுவது மட்டும் கல்வியின் நோக்கம் அல்ல. கல்வியின் தேவை என்பது (பாலின வேறுபாடின்றி) தன்னிலையைச் சரியாக உணர்ந்து தனது ஆற்றலையும், திறனையும் முழுதாக வளர்த்துக்கொள்வதே ஆகும். ஆகையால், கல்வி கற்க ஆண்களுக்கு எவ்வளவு உரிமை உண்டோ அவ்வளவு உரிமை பெண்களுக்கும் உண்டு."

பொருளாதார விடுதலை:

"ஆண்களின் வருமானத்தை நம்பியே இருப்பதால்தான் தங்களுக்கு எதிரான கொடுமைகளையெல்லாம் பெண்கள் பொறுத்துக் கொள்கின்றனர். ஆண் ஆதிக்கத்திலிருந்து விடுதலை பெற பொருளாதார விடுதலை அடைய வேண்டும் என்றால் முதலில் நாம் அதைச் செய்வோம். வீட்டு வேலைகளில் அன்றாடம் நாம் போடும் உழைப்பை வெளியே பயன்படுத்தினால் நமக்கு வருமானமாவது கிடைக்கும்."

முதல் ஆசிரியர்:

"ஒரு குழந்தையை வளர்க்க பெண்களுக்குக் கல்வியும் அறிவும் கட்டாயம் தேவை. ஏனென்றால் அவள்தான் அக்குழந்தையின் முதல் ஆசிரியர்."

ஆபரணங்கள்:

"நீங்கள் பெருமைக்காக அணிந்துக்கொள்ளும் ஆபரணங்கள் அனைத்தும் அடிமைத்தனத்தின் அடையாளச் சின்னங்களே தவிர

வேறெதுவுமில்லை. கைதிகளின் கைகளில் இருக்கும் இரும்பாலான கைவிலங்கிற்கும் நாம் அணியும் தங்க வளையல்களுக்கும் பெரிய வேறுபாடில்லை. நமது கழுத்தை நெரிக்கும் அட்டிகையை ஒருவேளை நாய்ச் சங்கிலியைப் பார்த்துச் செய்திருக்கக் கூடும்."

சமத்துவம்:

"கடவுளே ஆண்களை உயர்வாகவும், பெண்களை தாழ்வாகவும் படைத்திருப்பாரானால், பெண் குழந்தைகளை ஐந்து மாதத்திலே பிறக்கும்படி செய்திருப்பார். ஆண் குழந்தைகளுக்குச் சுரக்கும் தாய்ப்பாலில் பாதி அளவு மட்டும் பெண் குழந்தைகளுக்குச் சுரக்குமாறு செய்திருப்பார். ஆனால் அப்படி நடக்கவில்லையே? பெண்கள் மீதான ஆதிக்கத்திற்கு ஆண்கள் மதத்தினைப் போலியாகப் பயன்படுத்திக் கொள்கின்றனர். ஆகையால் மதத்தின் பெயரால் நம் மீது நடத்தப்படும் ஒடுக்குமுறையை நாம் அமைதியாக ஏற்றுக் கொள்ளகூடாது."

"இந்தச் சமூகத்தில் சரிபாதி பெண்கள். இதில் பெண்களை விட்டுவிட்டு இந்தச் சமூகம் எப்படி முன்னேறும்? ஒரு கால் களைப்பாக இருக்கிறது என்று சொல்லி அதனை அங்கேயே விட்டுவிட்டு ஒரு மனிதனால் நகர முடியுமா என்ன?"

குறிப்புகள் மற்றும் தரவுகள்

1. The Indian Ladies Magazine – Vol 5 (Sep 1905)

2. FREEDOM FABLES - Satires and Politcial Writings by Rokeya Sakhawat Hossain (Translation: Kalyani Dutta)

3. Sultana's Dream: A Feminist Utopia And Selections from the Secluded Ones

4. https://digital.library.upenn.edu/women/sultana/dream/dream.html

5. முதல் பெண்கள் – நிவேதிதா லூயிஸ்

6. Begum Rokeya : The Emancipator by Hasina Joarder, Safiuddin Joarder

எழுத்தாளர் குறிப்பு: திவ்யா பிரபு

திவ்யா பிரபு - சொந்த ஊர் தஞ்சாவூர். முதுகலை பட்டம் பெற்றவர். பஞ்சு மிட்டாய் சிறுவர் இதழ் & ஓங்கில் கூட்டத்தின் செயல்பாடுகளில் தொடர்ந்து ஆர்வத்துடன் இயங்கி வருபவர். "மகர்கள் மற்றும் மாங்கர்களின் துயரங்கள்" தொடர்ந்து, "சுல்தானாவின் கனவு" இவரது இரண்டாவது மொழிபெயர்ப்பு நூல்.

தொடர்புக்கு: *editor.oongilkootam@gmail.com*

ஓவியர் குறிப்பு: சின்மயா தேவி

சின்மயா தேவி - இயற்கை எழில் கொஞ்சும் பாண்டிச்சேரி இவரது சொந்த ஊர். அகமதாபாத்தில் உள்ள நேஷனல் இன்ஸ்டிட்யூட் ஆஃப் டிசைனில் இளங்கலைப் பட்டம் பெற்றவர். ஓவியராகவும் & *Graphics designer* ஆகவும் தற்போது பணிபுரிந்து வருகிறார். தற்கால சிறார் இதழ்களில் பங்களிப்பு, குழந்தைகளுக்கான ஓவியப் பட்டறைகள் என தொடர்ந்து குழந்தைகளுடன் இயங்கி வருபவர்.

தொடர்புக்கு: *illustrationchinmaya@gmail.com*

ஓங்கில் கூட்டம்

சிறார் இலக்கியத்தில் வயதுக்கேற்ப படைப்புகள் வெளியாக வேண்டும் என்கிற வலியுறுத்தல் நீண்ட நாள்களாகவே உள்ளது. அதற்கான முயற்சிகள் அவ்வப்போது நடந்தும் வருகின்றன. அதன் தொடர்ச்சியாகவே 'ஓங்கில் கூட்டம்' இயங்கிவருகிறது. நண்பர்களுடன் இணைந்து, கூட்டுழைப்பின் வழியாக பதின்பருவத்தினருக்கான புத்தகங்களை ஓங்கில் கூட்டம் தொடர்ந்து வெளியிட்டுவருகிறது. வாசிப்புப் பழக்கம் நோக்கி சிறாரை நகர்த்த அறிவியல், சமூகம், சூழலியல், ஆளுமைகளின்

வாழ்க்கைச் சித்திரம் என வெவ்வேறு தலைப்புகளில் சிறுசிறு புத்தகங்களாக ஓங்கில் கூட்டம் வெளியிட்டுவருகிறது. இப்படி தமிழ், ஆங்கிலம் என இரண்டு மொழிகளில், எளிமையான மொழிநடையில், அழகிய ஓவியங்களுடன் புத்தகங்களை வெளியிடுவது வரவேற்பைப் பெற்றுள்ளது. 'பஞ்சு மிட்டாய்' பிரபு ஒருங்கிணைக்க எழுத்தாளர் கமலாலயனின் மேற்பார்வையில் எழுத்தாளர்கள், ஓவியர்கள், வடிவமைப்பாளர்கள் எனப் பலரது துணையோடு ஓங்கில் கூட்டம் இயங்கிவருகிறது.

தொடர்புக்கு:
editor.oongilkootam@gmail.com/+91-9731736363
வெளியீடுகளைப் பெற: *https://amzn.to/3vfOvqX*

Please scan this QR for amazon ebook page of Oongil Kootam:

நமது பிற வெளியீடுகள்

1. மகர்கள் மற்றும் மாங்கர்களின் துயரங்கள் - முக்தா சால்வே, தமிழில்: திவ்யா பிரபு

2. கயிறு (இளையோர் சிறுகதை) - விஷ்ணுபுரம் சரவணன்

3. ஹம்போல்ட் அவர் நேசித்த இயற்கை - ஹேமபிரபா

4. வாசிக்காத புத்தகத்தின் வாசனை - கொ.மா.கோ.இளங்கோ

5. சாலிம் அலி - உயரப் பறந்த இந்தியக் குருவி - ஆதி வள்ளியப்பன்

6. தண்ணீர் என்றோர் அமுதம் - சி.வி.ராமன் - தமிழில்: கமலாலயன்

7. ஒரிகாமி காகித மடிப்புக் கலையின் கதை - தியாக சேகர்

8. சோசோவின் விசித்திர வாழ்க்கை - உதயசங்கர்

9. சார்லஸ் டார்வின் கடல் பயணங்களால் உருவெடுத்த மேதை - அன்பு வாகினி

10. கடைசி பெஞ்ச் - (இளையோருக்கான கவிதைகள்) ந.பெரியசாமி

11. ஜானகி அம்மாள் - இந்தியாவின் கரும்புப் பெண்மணி இ.பா. சிந்தன்

12. சாக்லேட்டி - (இளையோருக்கான கவிதைகள்) ராஜேஸ் கனகராஜன்

13. *தோபா தேக் சிங் - சதத் ஹசன் மண்ட்டோ*
    தமிழில் – உதயசங்கர்

14. Humboldt - A Scientist's encounter with nature (English)
    Hemaprabha, Translator: Ilamparithi

15. Salim Ali (English) - Aadhi Valliappan Translator: Ilamparithi

16. Kayiru - Vishnupuram Saravanan, Translator: Ilamparithi

17. *தோபா தேக் சிங் - சதத் ஹசன் மண்டோ,*
    தமிழில் – உதயசங்கர்

18. *பகத் சிங் – ஏன் நாத்திகர் ஆனார் - சிவ சுப்ரமணியம்*

19. Last Bench - N.Periyasamy, Translator: Malarvizhi

20. *ஆழ்கடல் - நாராயணி சுப்பிரமணியன்*

www.ingramcontent.com/pod-product-compliance
Lightning Source LLC
LaVergne TN
LVHW041439170726
843492LV00008B/2696